Impressum
Verlag: BABADADA GmbH, Nedderfeld 112 , 22529 Hamburg
Geschäftsführer / Verlagsleitung: Harald Hof
Druck: Books on Demand GmbH, In de Tarpen 42, 22848 Norderstedt

Imprint
Publisher: BABADADA GmbH, Nedderfeld 112 , 22529 Hamburg, Germany
Managing Director / Publishing direction: Harald Hof
Print: Books on Demand GmbH, In de Tarpen 42, 22848 Norderstedt

trường học
school

phòng học
classroom

chia
divide

186/2

bảng viết
board

sân trường
school yard

giáo viên
teacher

giấy
paper

viết
write

cây bút
pen

bàn làm việc
desk

cây thước
ruler

sách
book

học sinh
pupil

cặp đeo vai học sinh

satchel

hộp đựng bút

pencil case

bút chì

pencil

cái gọt bút chì

pencil sharpener

cục tẩy

rubber

tập giấy vẽ

drawing pad

bản vẽ

drawing

cọ vẽ

paintbrush

hộp mực vẽ

paint box

cây kéo

scissors

keo dán

glue

sách bài tập

exercise book

bài tập ở nhà

homework

số

number

2+2

cộng

add

5-2

trừ

subtract

2×2

nhân

multiply

tính toán

calculate

A

chữ cái

letter

ABCDEFG
HIJKLMN
OPQRSTU
VWXYZ

bảng chữ cái

alphabet

hello

từ

word

văn bản

text

đọc

read

phấn viết

chalk

bài học

lesson

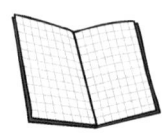

sổ lớp

register

thi kiểm tra

exam

chứng chỉ

certificate

đồng phục học sinh

school uniform

giáo dục

education

từ điển bách khoa

encyclopedia

đại học

university

kính hiển vi

microscope

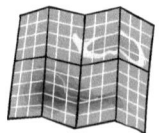

bản đồ

map

thùng rác giấy

waste-paper basket

trường học - school

du lịch

travel

khách sạn
hotel
Grand
nhà trọ
hostel
ROOMS
quầy đổi tiền
bureau de change
va li
suitcase
xe ô tô
car

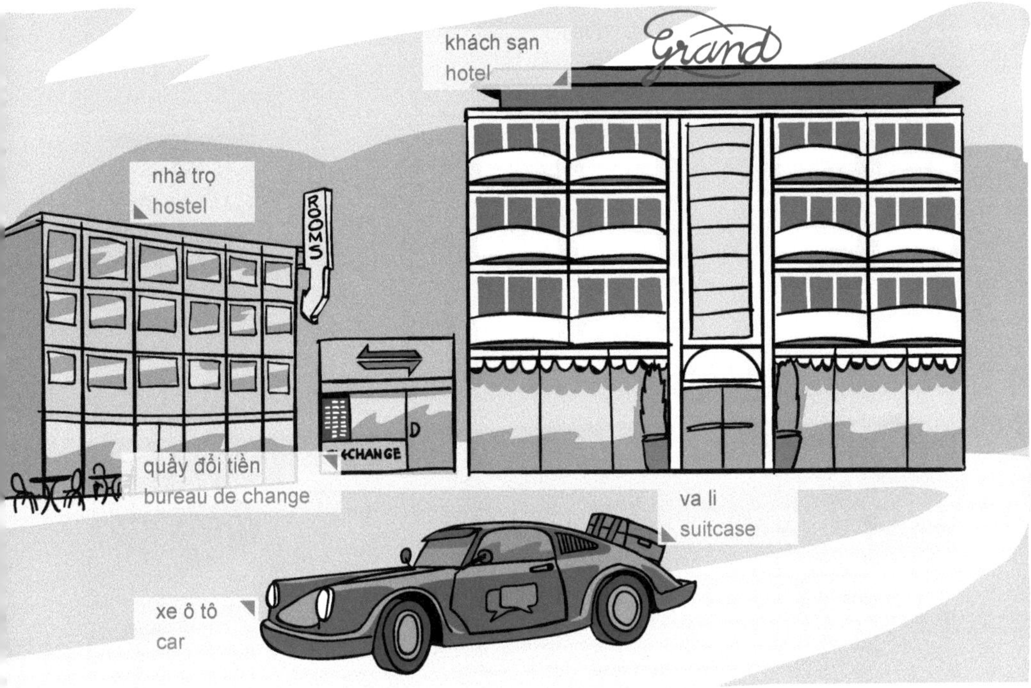

ngôn ngữ

language

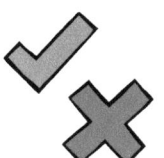

có / không

yes / no

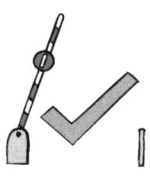

ô kê

Okay

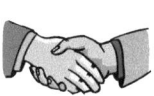

Xin chào

hello

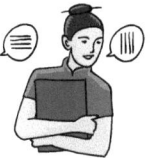

thông dịch viên

translator

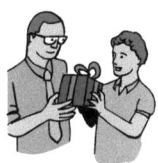

cám ơn

Thank you

... bao nhiêu tiền?

how much is...?

tôi không hiểu

I do not understand

vấn đề

problem

Xin chào! (buổi tối)

Good evening!

xin chào! (buổi sáng)

Good morning!

chúc ngủ ngon!

Good night!

tạm biệt

bye bye

hướng đi

direction

hành lý

luggage

túi xách

bag

túi ba lô

backpack

khách

guest

phòng

room

túi ngủ

sleeping bag

lều

tent

thông tin du lịch

tourist information

bãi biển

beach

thẻ tín dụng

credit card

ăn sáng

breakfast

ăn trưa

lunch

ăn tối

dinner

vé xe

ticket

thang máy

lift

tem bưu điện

stamp

biên giới

border

hải quan

customs

đại sứ quán

embassy

thị thực

visa

hộ chiếu

passport

vận chuyển
transport

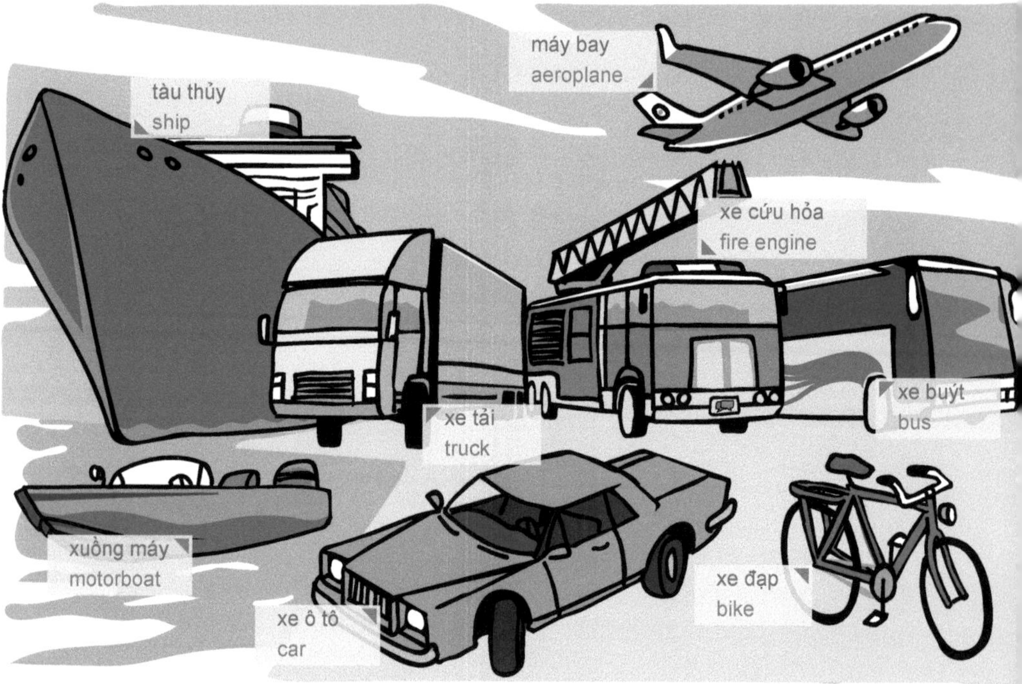

máy bay
aeroplane
tàu thủy
ship
xe cứu hỏa
fire engine
xe buýt
bus
xe tải
truck
xuồng máy
motorboat
xe đạp
bike
xe ô tô
car

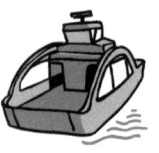

phà

ferry

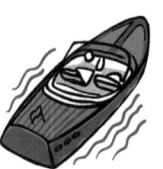

xuồng

boat

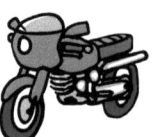

xe máy

motorbike

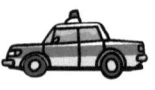

xe cảnh sát

police car

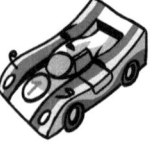

xe đua

racing car

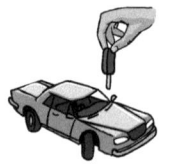

xe cho thuê

rental car

dịch vụ thuê xe tự lái

car sharing

xe kéo cứu hộ

breakdown truck

xe rác

refuse truck

động cơ

motor

xăng

fuel

trạm xăng

petrol station

biển báo giao thông

traffic sign

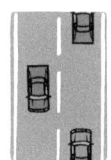

giao thông

traffic

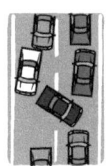

ách tắc giao thông

traffic jam

bãi đậu xe

car park

nhà ga

train station

đường ray

tracks

xe lửa

train

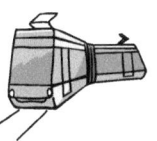

tàu điện

tram

toa xe

carriage

máy bay trực thăng

helicopter

sân bay

airport

tháp

tower

hành khách

passenger

côngtenơ

container

thùng các-tông

carton

xe đẩy

cart

cái giỏ

basket

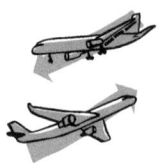

cất cánh / hạ cánh

take off / land

thành phố
city

làng

village

trung tâm thành phố

city centre

nhà

house

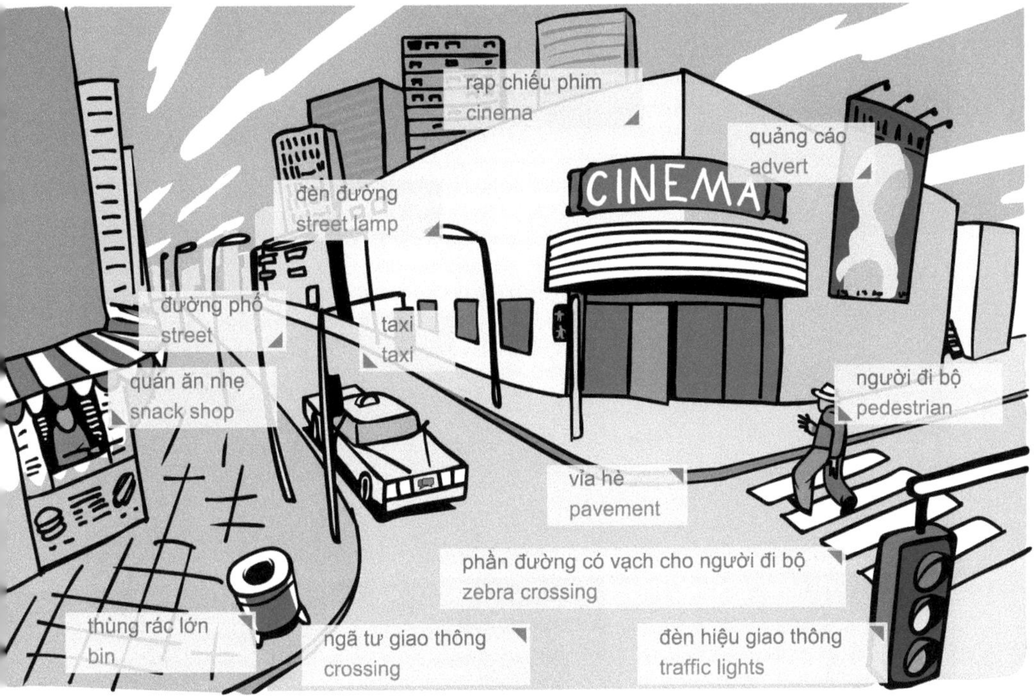
rạp chiếu phim
cinema
CINEMA
quảng cáo
advert
đèn đường
street lamp
đường phố
street
taxi
taxi
quán ăn nhẹ
snack shop
người đi bộ
pedestrian
vỉa hè
pavement
phần đường có vạch cho người đi bộ
zebra crossing
thùng rác lớn
bin
ngã tư giao thông
crossing
đèn hiệu giao thông
traffic lights

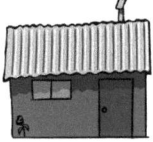

nhà chòi

hut

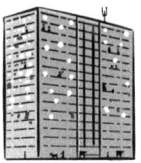

căn hộ

flat

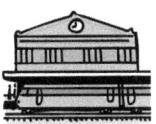

nhà ga

train station

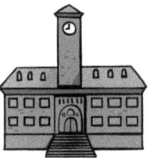

tòa thị chính

town hall

MUSEUM

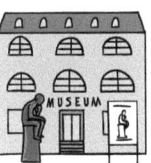

viện bảo tàng

museum

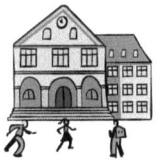

trường học

school

đại học

university

ngân hàng

bank

bệnh viện

hospital

khách sạn

hotel

hiệu thuốc

pharmacy

văn phòng

office

hiệu sách

book shop

cửa hiệu

shop

cửa hiệu bán hoa

florist's

siêu thị

supermarket

chợ

market

cửa hàng bách hóa

department store

người bán cá

fishmonger's

trung tâm mua bán

shopping centre

bến cảng

harbour

công viên
park

ghế băng
bench

cầu
bridge

cầu thang
stairs

tàu điện ngầm
underground

đường hầm
tunnel

trạm xe buýt
bus stop

quán bar
bar

khách sạn
restaurant

hòm thư công cộng
postbox

bảng hiệu đường
street sign

đồng hồ đậu xe
parking meter

vườn bách thú
zoo

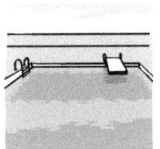

bể bơi
swimming pool

nhà thờ Hồi giáo
mosque

nông trại

farm

ô nhiễm môi trường

pollution

nghĩa trang

graveyard

nhà thờ

church

sân chơi

playground

ngôi đền

temple

phong cảnh
landscape

lá cây
leaf

bảng chỉ đường
signpost

lối đi
way

bãi cỏ
meadow

hòn đá
stone

người đi bộ đường dài
hiker

cây
tree

sông
river

cỏ
grass

bông hoa
flower

thung lũng

valley

đồi

hill

hồ nước

lake

rừng

forest

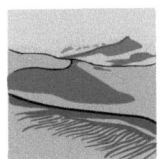

sa mạc

desert

núi lửa

volcano

lâu đài

castle

cầu vồng

rainbow

nấm

mushroom

cây cọ

palm tree

con muỗi

mosquito

con ruồi

fly

con kiến

ant

con ong

bee

con nhện

spider

bọ cánh cứng

beetle

con ếch

frog

con sóc

squirrel

con nhím

hedgehog

con thỏ

hare

con cú

owl

con chim

bird

thiên nga

swan

heo rừng

boar

con hươu

deer

nai sừng tấm

moose

đê

dam

tuabin gió

wind turbine

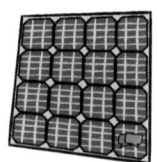

tấm năng lượng mặt trời

solar panel

khí hậu

climate

khách sạn
restaurant

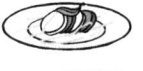

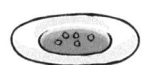

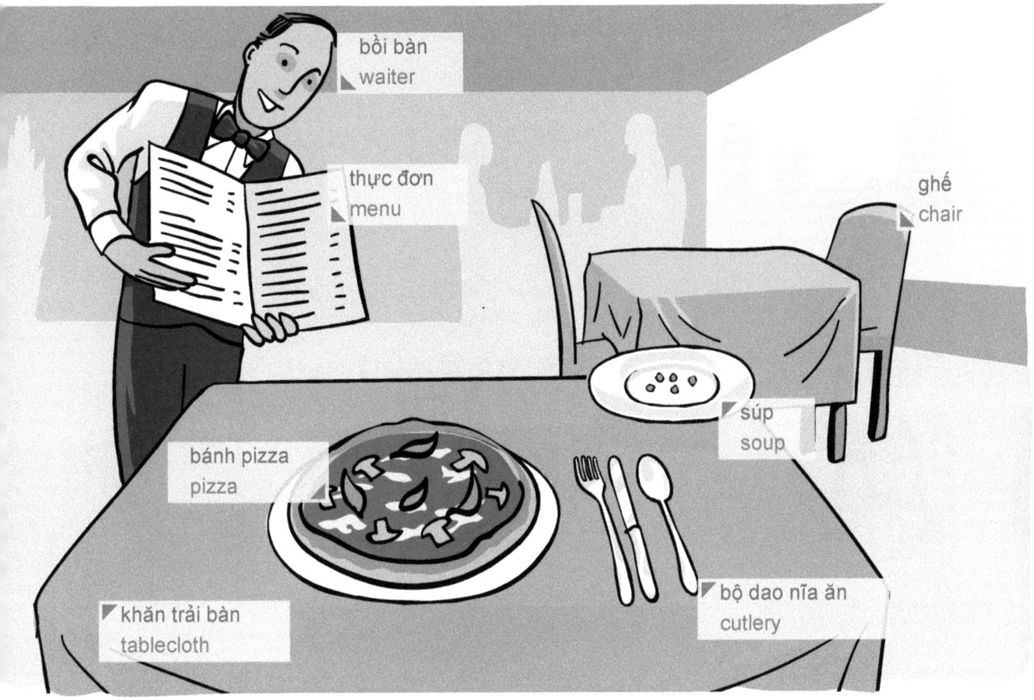
bồi bàn
waiter
thực đơn
menu
ghế
chair
súp
soup
bánh pizza
pizza
khăn trải bàn
tablecloth
bộ dao nĩa ăn
cutlery

món ăn khai vị

starter

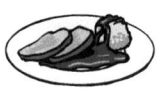

món ăn chính

main course

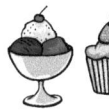

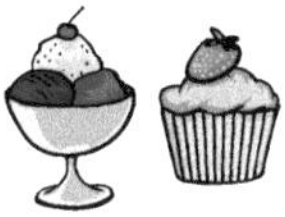

món tráng miệng

dessert

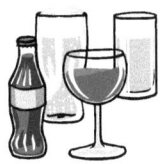

thức uống

drinks

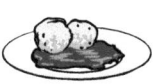

thức ăn

food

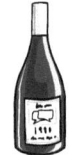

cái chai

bottle

thức ăn nhanh

fast food

thức ăn đường phố

street food

ấm trà

teapot

hộp đường

sugar bowl

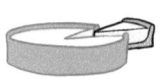

khẩu phần

portion

máy pha espresso

espresso machine

ghế cao

high chair

hóa đơn

bill

khay

tray

dao

knife

nĩa

fork

thìa

spoon

thìa uống trà

teaspoon

khăn ăn

serviotto

cốc thủy tinh

glass

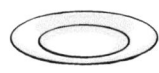

đĩa

plate

đĩa súp

soup plate

đĩa lót cốc

saucer

nước sốt

sauce

lọ muối

salt pot

cái xay tiêu

pepper mill

giấm

vinegar

dầu

oil

gia vị

spices

nước xốt cà chua

ketchup

tương hạt cải

mustard

nước sốt mayonnaise

mayonnaise

siêu thị

supermarket

chào giá đặc biệt
special offer
FOR
khách hàng
customer
sản phẩm từ sữa
dairy
trái cây
fruit
xe đẩy mua sắm
trolley

BUTCHERS

lò mổ

butcher´s

BAKERY

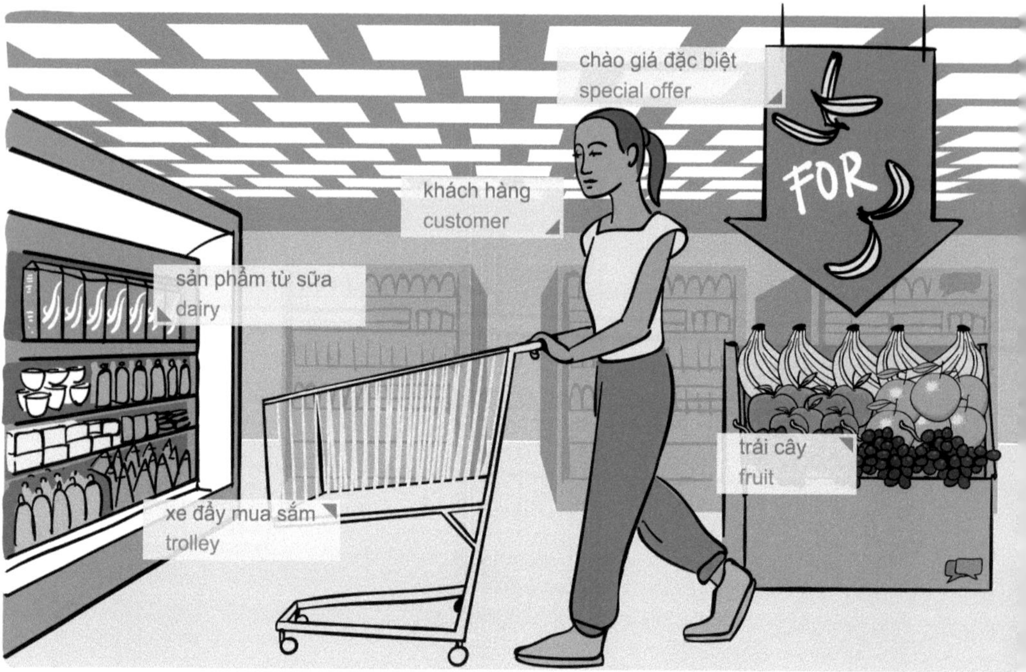

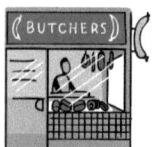

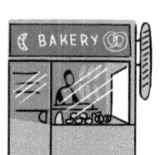

cửa hiệu bán bánh mì

baker´s

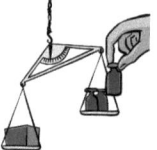

cân nặng

weigh

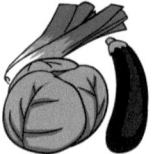

rau quả

vegetables

thịt

meat

thức ăn đông lạnh

frozen food

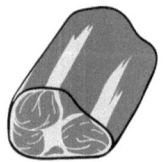

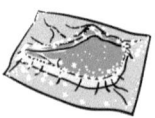

lát thịt nguội

cold meat

đồ hộp

tinned food

bột giặt

washing powder

đồ ngọt

sweets

sản phẩm dùng trong gia đình

household products

chất tẩy rửa

cleaning products

người bán hàng

salesperson

quầy trả tiền

till

nhân viên thu ngân

cashier

danh sách mua sắm

shopping list

giờ mở cửa

opening hours

ví tiền

wallet

thẻ tín dụng

credit card

túi đeo

bag

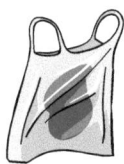

túi ny lông

plastic bag

siêu thị - supermarket

thức uống
drinks

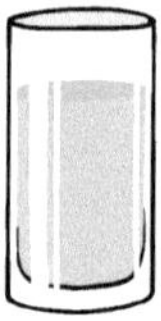

nước

water

nước quả ép

juice

sữa

milk

coca-cola

coke

rượu vang

wine

bia

beer

cồn

alcohol

cacao

cocoa

trà

tea

cà phê

coffee

espresso

espresso

cappuccino

cappuccino

chuối

banana

quả táo

apple

quả cam

orange

dưa hấu

melon

chanh

lemon

cà rốt

carrot

tỏi

garlic

tre

bamboo

củ hành

onion

nấm

mushroom

hạt dẻ

nuts

mì

noodles

mì spaghetti

spaghetti

cơm

rice

xà lách

salad

khoai tây chiên

chips

khoai tây chiên

fried potatoes

bánh pizza

pizza

bánh hamburger

hamburger

bánh mì sandwich

sandwich

thịt côtlet

cutlet

thịt giăm bông

ham

xúc xích

salami

dồi

sausage

gà

chicken

rán

roast

cá

fish

cháo yến mạch

porridge oats

cháo muesli

muesli

bánh bột ngô nướng

cornflakes

bột mì

flour

bánh sừng bò

croissant

bánh mì

bread roll

bánh mì

bread

bánh mì nướng

toast

bánh bích quy

biscuits

bơ

butter

sữa đông

curd

bánh ngọt

cake

trứng

egg

trứng rán

fried egg

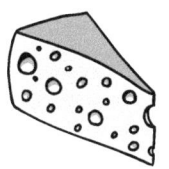

pho mát

cheese

kem

ice cream

đường

sugar

mật ong

honey

mứt

jam

kem nougat

chocolate spread

cà ri

curry

nhà nông trại
farmhouse

kiện rơm
straw bale

nhà vựa
barn

cánh đồng
field

con ngựa
horse

xe moóc
trailer

máy kéo
tractor

ngựa con
foal

con lừa
donkey

cừu con
lamb

con cừu
sheep

con dê

goat

con bò

cow

con bê

calf

con lợn

pig

lợn con

piglet

bò đực

bull

con ngỗng

goose

con vịt

duck

gà con

chick

gà mái

hen

gà trống

cock

con chuột

rat

mèo

cat

chuột nhắt

mouse

bò đực

ox

con chó

dog

nhà chuồng chó

doghouse

ống tưới vườn cây

garden hose

thùng tưới cây

watering can

lưỡi hái

scythe

cái cày

plough

cái liềm

sickle

cái cuốc

hoe

cái chĩa

pitchfork

cái rìu

axe

xe cút kít

wheelbarrow

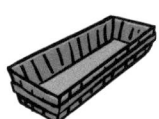

máng ăn

trough

lọ sữa

milk can

bao tải

sack

hàng rào

fence

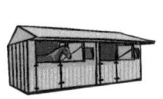

chuồng

stable

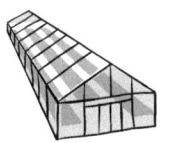

nhà kính trồng cây

greenhouse

đất trồng

soil

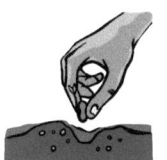

hạt giống

seed

phân bón

fertilizer

máy gặt đập liên hợp

combine harvester

thu hoạch

harvest

mùa thu hoạch

harvest

khoai lang

yams

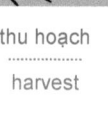

lúa mì

wheat

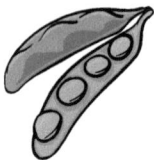

đậu nành

soy

khoai tây

potato

ngô

corn

hạt cải dầu

rapeseed

cây ăn trái

fruit tree

sắn

cassava

ngũ cốc

cereals

nhà
house

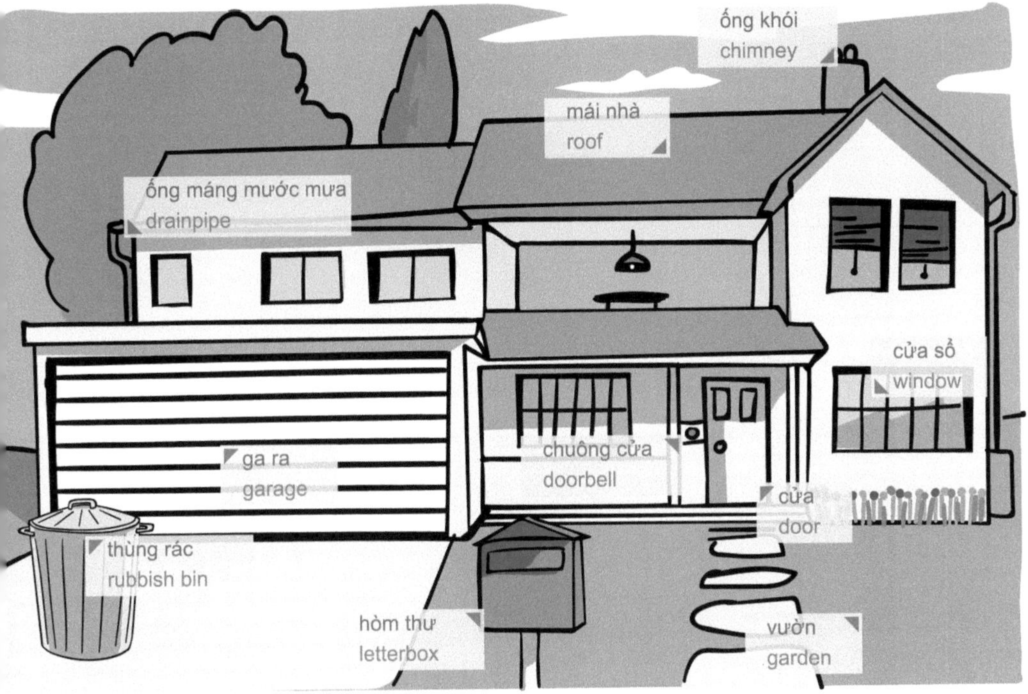

ống khói
chimney
mái nhà
roof
ống máng mước mưa
drainpipe
cửa sổ
window
chuông cửa
doorbell
ga ra
garage
cửa
door
thùng rác
rubbish bin
hòm thư
letterbox
vườn
garden

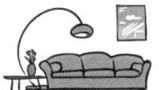

phòng khách

living room

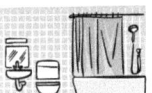

phòng tắm

bathroom

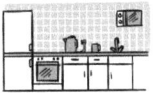

bếp

kitchen

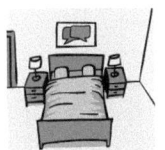

phòng ngủ

bedroom

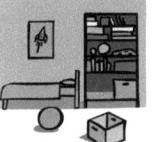

phòng trẻ em

child's room

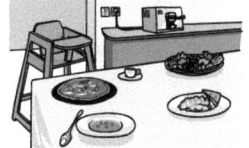

phòng ăn

dining room

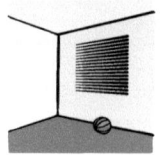

nền nhà

floor

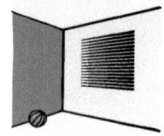

tường

wall

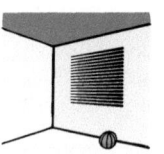

trần nhà

ceiling

tầng hầm

cellar

tắm hơi

sauna

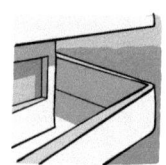

ban công

balcony

sân hiên

terrace

bể bơi

pool

máy cắt cỏ

lawn mower

khăn trải giường

sheet

khăn trải giường

bedspread

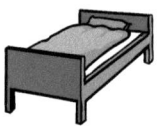

giường

bed

chổi

broom

cái xô

bucket

công tắc điện

switch

phòng khách
living room

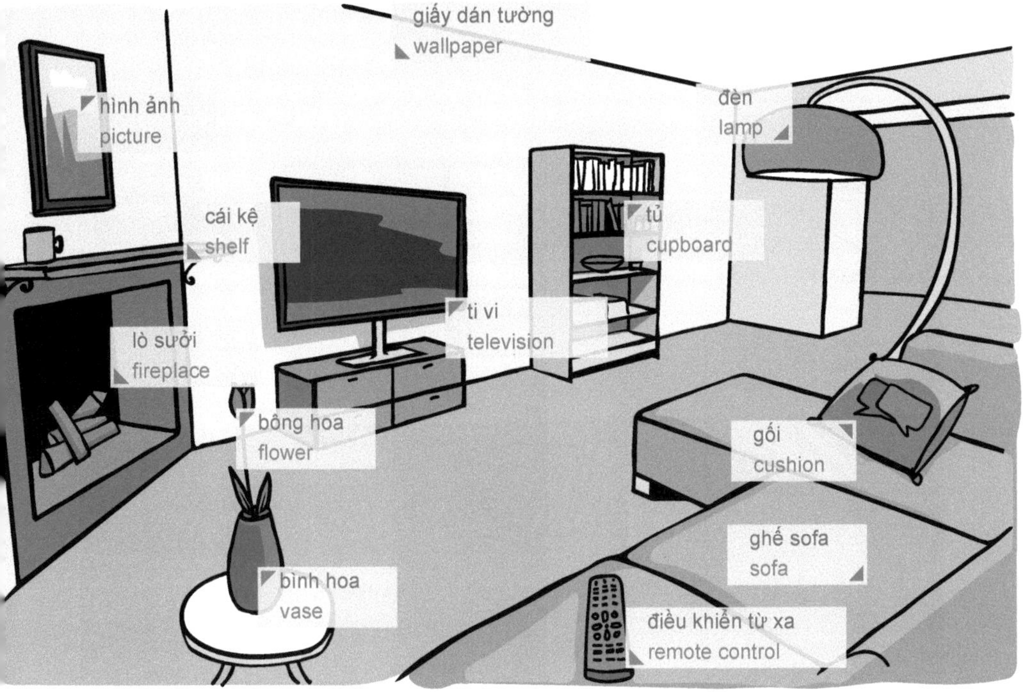

giấy dán tường
wallpaper
hình ảnh
picture
đèn
lamp
cái kệ
shelf
tủ
cupboard
ti vi
television
lò sưởi
fireplace
bông hoa
flower
gối
cushion
ghế sofa
sofa
bình hoa
vase
điều khiển từ xa
remote control

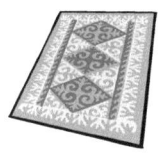

thảm

carpet

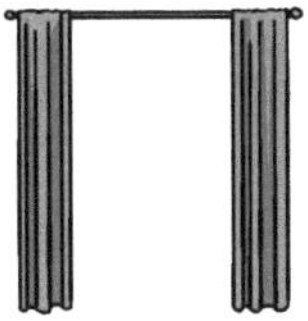

rèm

curtain

cái bàn

table

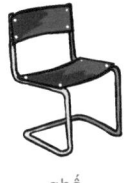

ghế

chair

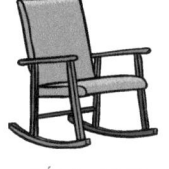

ghế bập bênh

rocking chair

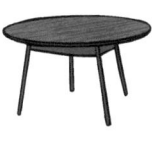

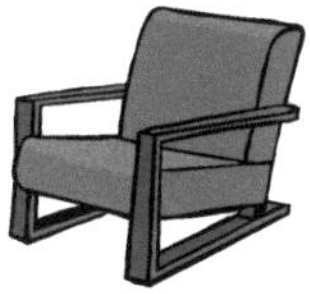

ghế bành

armchair

sách

book

cái chăn

blanket

đồ trang trí

decoration

củi

firewood

phim

film

máy hi-fi

hi-fi equipment

chìa khóa

key

báo

newspaper

bức tranh

painting

áp phích

poster

radio

radio

sổ ghi chép

notepad

máy hút bụi

hoover

cây xương rồng

cactus

cây nến

candlo

bếp
kitchen

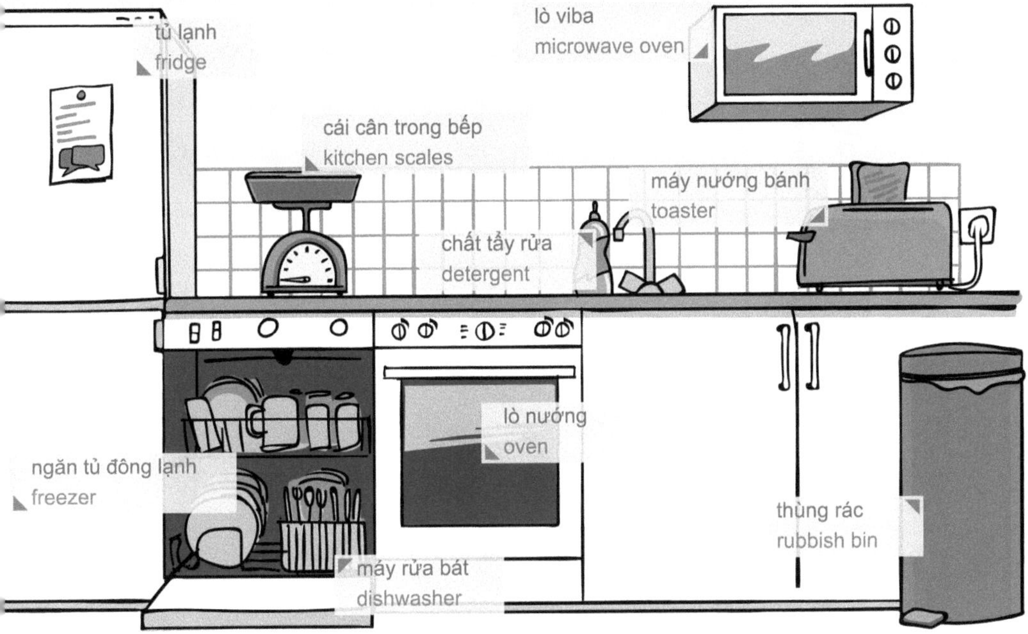
tủ lạnh
fridge
lò viba
microwave oven
cái cân trong bếp
kitchen scales
máy nướng bánh
toaster
chất tẩy rửa
detergent
lò nướng
oven
ngăn tủ đông lạnh
freezer
thùng rác
rubbish bin
máy rửa bát
dishwasher

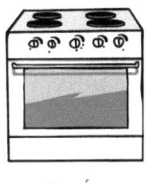

lò nấu

cooker

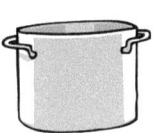

nồi

pot

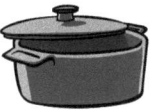

nồi sắt

cast-iron pot

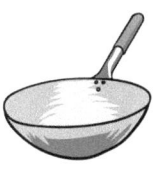

chảo

wok / kadai

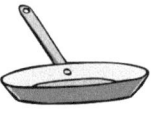

chảo

pan

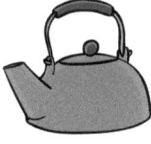

ấm đun nước

kettle

nồi đun hơi

steamer

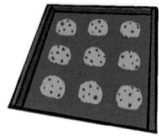

khay lò nướng

baking tray

bát đĩa

crockery

cốc

mug

cái bát

bowl

đũa

chopsticks

cái vá

ladle

bàn xẻng

spatula

que đánh kem

whisk

rây dùng trong bếp

strainer

cái rây lọc

sieve

cái nạo

grater

vữa

mortar

vỉ nướng

barbecue

ngọn lửa trần

open fire

cái thớt

chopping board

trục cán bột

rolling pin

cái mở nút chai

corkscrew

vỏ đồ hộp

can

cái mở vỏ đồ hộp

can opener

miếng nhấc nồi

pot holder

bồn rửa bát

sink

bàn chải

brush

miếng xốp

sponge

máy xay

blender

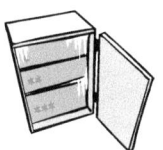

tủ đông lạnh

deep freezer

bình sữa cho trẻ sơ sinh

baby bottle

vòi nước

tap

bếp - kitchen

phòng tắm
bathroom

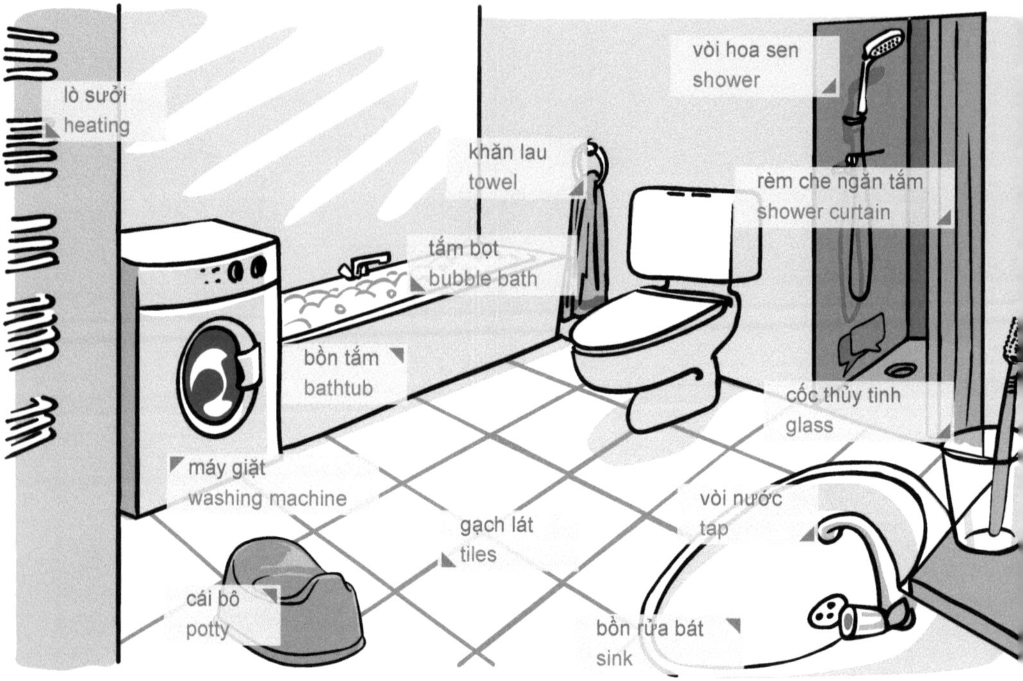
lò sưởi
heating
vòi hoa sen
shower
khăn lau
towel
rèm che ngăn tắm
shower curtain
tắm bọt
bubble bath
bồn tắm
bathtub
cốc thủy tinh
glass
máy giặt
washing machine
vòi nước
tap
gạch lát
tiles
cái bô
potty
bồn rửa bát
sink

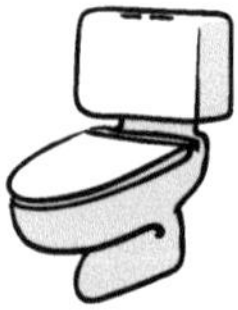

bồn cầu
toilet

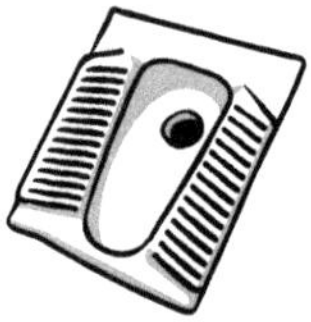

bồn cầu ngồi xổm
squat toilet

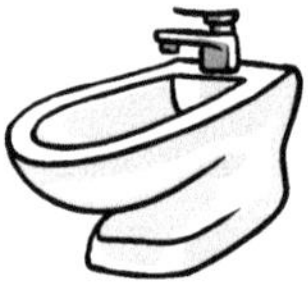

bồn rửa hậu môn
bidet

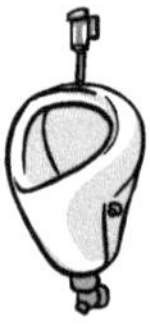

bồn tiểu tiện
urinal

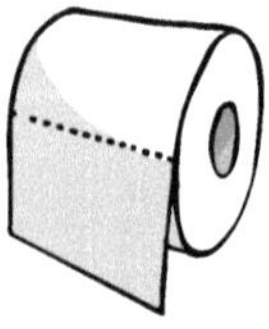

giấy vệ sinh
toilet paper

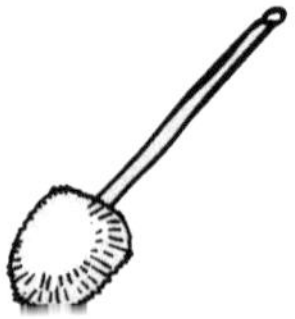

bàn chải cọ bồn cầu
toilet brush

bàn chải đánh răng

toothbrush

kem đánh răng

toothpaste

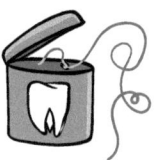

chỉ nha khoa

dental floss

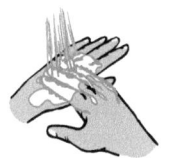

rửa

wash

vòi sen cầm tay

handheld shower

vòi rửa hậu môn

douche

bồn rửa

basin

bàn chải cọ lưng

back brush

xà phòng

soap

sữa tắm

shower gel

dầu gội

shampoo

khăn cọ để tắm

flannel

lỗ thoát nước

drain

kem

cream

chất khử mùi

deodorant

gương

mirror

gương tay

hand mirror

dao cạo râu

razor

kem cạo râu

shaving foam

nước thơm dùng sau khi cạo râu

aftershave

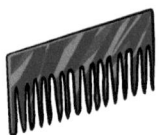

cái lược

comb

bàn chải

brush

máy xấy tóc

hair dryer

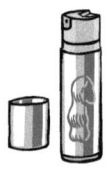

keo xịt tóc

hairspray

đồ trang điểm

makeup

thỏi son môi

lipstick

sơn bôi móng

nail varnish

bông

cotton wool

kéo cắt móng

nail scissors

nước hoa

perfume

túi đựng đồ tắm

washbag

ghế đẩu

stool

cái cân

weighing scale

áo choàng tắm

bathrobe

găng tay làm vệ sinh

rubber gloves

nút gạc

tampon

băng vệ sinh

sanitary towel

nhà vệ sinh hóa chất

chemical toilet

phòng trẻ em

child's room

đồng hồ báo thức
alarm clock
thú bông
cuddly toy
xe đồ chơi
toy car
cái lúc lắc
rattle
nhà búp bê
doll's house
món quà
present

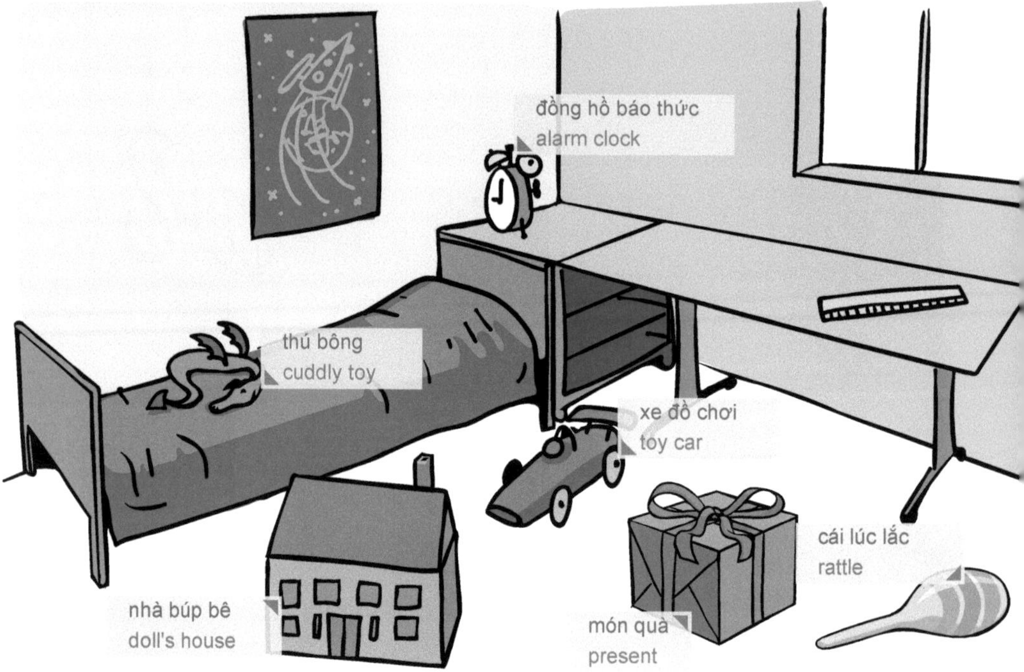

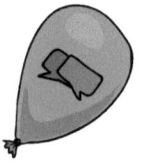

bong bóng

balloon

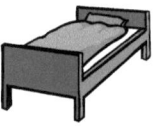

giường

bed

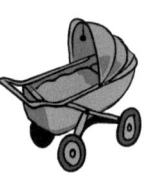

xe nôi

pram

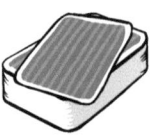

trò chơi bài

deck of cards

trò chơi ghép hình

jigsaw

SUPER MEGA

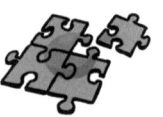

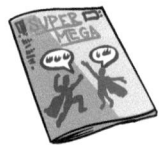

truyện tranh

comic

gạch Lego

lego bricks

khối xếp hình

building blocks

nhân vật hành động

action figure

o liền quần cho trẻ sơ sinh

babygrow

đĩa nhựa để ném

frisbee

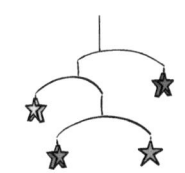

đồ chơi treo trên giường

mobile

trò chơi cờ bàn

board game

xúc xắc

dice

đồ chơi xe lửa mô hình

model train set

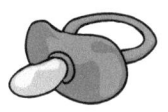

ti giả

dummy

buổi tiệc

party

sách tranh

picture book

quả bóng

ball

búp bê

doll

chơi

play

hố cát

sandpit

cái đu

swing

đồ chơi

toys

máy chơi game cầm tay

video game console

xe ba bánh

tricycle

gấu bông

teddy bear

tủ quần áo

wardrobe

y phục
clothing

bít tất

socks

bít tất dài

stockings

quần tất

tights

khăn choàng cổ
scarf

ô che mưa
umbrella

áp phông
t-shirt

dây thắt lưng
belt

ủng
boots

dép đi trong nhà
slippers

giày sneaker
trainers

dép xăng đan	giày	ủng cao su
sandals	shoes	rubber boots

quần lót	áo ngực	áo vest
underpants	bra	vest

áo ôm sát cơ thể
body

quần dài
trousers

quần bò
jeans

váy
skirt

áo cánh
blouse

áo sơ mi
shirt

áo len chui đầu
pullover

áo len
hoodie

áo blazer
blazer

áo jacket
jacket

áo khoác
coat

áo mưa
raincoat

trang phục
costume

áo váy
dress

áo cưới
wedding dress

bộ com lê
suit

áo ngủ
nightgown

pijama
pyjamas

trang phục sari
sari

khăn trùm đầu
headscarf

khăn đội đầu
turban

áo burka
burqa

áo captan
kaftan

áo aba
abaya

quần áo bơi
swimsuit

quần bơi
trunks

quần đùi
shorts

quần áo tracksuit
tracksuit

tạp dề
apron

găng tay
gloves

cái cúc

button

kính mắt

glasses

vòng đeo tay

bracelet

vòng cổ

necklace

nhẫn

ring

hoa tai

earring

mũ lưỡi trai

cap

cái mắc treo áo quần

coat hanger

mũ

hat

cà vạt

tie

dây kéo phéc mơ tuya

zip

mũ bảo hiểm

helmet

dây đeo quần

braces

đồng phục học sinh

school uniform

đồng phục

uniform

yếm trẻ em
bib

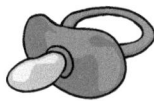

ti giả
dummy

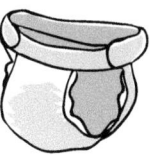

tã lót
nappy

văn phòng
office

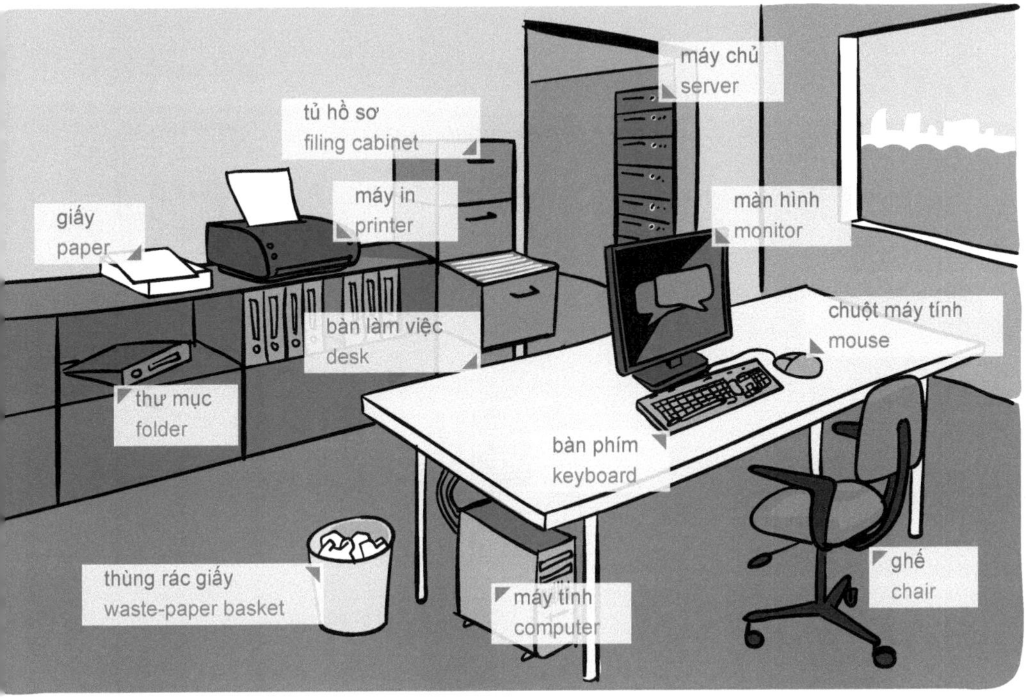

máy chủ
server

tủ hồ sơ
filing cabinet

máy in
printer

giấy
paper

màn hình
monitor

bàn làm việc
desk

chuột máy tính
mouse

thư mục
folder

bàn phím
keyboard

thùng rác giấy
waste-paper basket

ghế
chair

máy tính
computer

cốc cà phê
coffee mug

máy tính bỏ túi
calculator

internet
internet

laptop
laptop

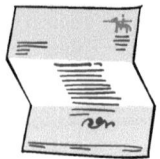

thư
letter

tin nhắn
message

điện thoại di động
mobile

mạng
network

máy photocopy
photocopier

phần mềm
software

điện thoại
telephone

ổ cắm điện
plug socket

máy fax
fax machine

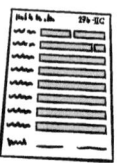

mẫu đơn
form

chứng từ
document

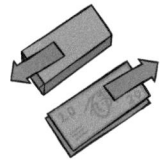

mua
buy

trả tiền
pay

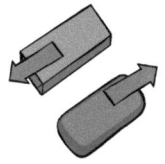

buôn bán
trade

tiền
money

USD

đô la
dollar

EUR

Euro
euro

JPY

yên
yen

RUB

rúp
rouble

CHF

franc Thụy Sĩ
Swiss franc

CNY

nhân dân tệ
renminbi yuan

INR

rupi
rupee

máy rút tiền tự động
cashpoint

quầy đổi tiền

bureau de change

vàng

gold

bạc

silver

dầu

oil

năng lượng

energy

giá tiền

price

hợp đồng

contract

thuế

tax

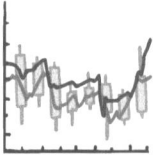

cổ phiếu

stock

làm việc

work

nhân viên

employee

chủ lao động

employer

nhà máy

factory

cửa hiệu

shop

kinh tế - economy

nghề nghiệp
occupations

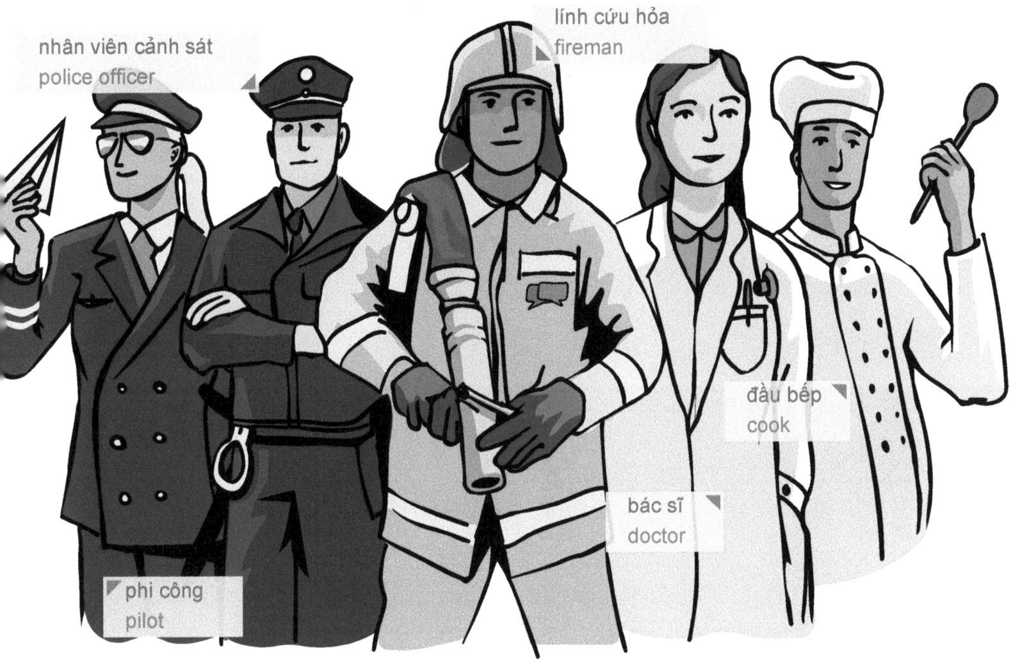

nhân viên cảnh sát
police officer
lính cứu hỏa
fireman
đầu bếp
cook
bác sĩ
doctor
phi công
pilot

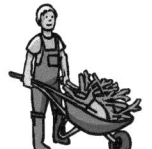

người làm vườn

gardener

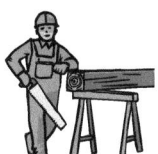

thợ mộc

carpenter

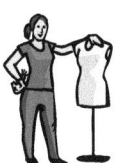

thợ may

seamstress

chánh án

judge

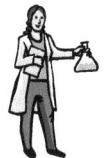

nhà hóa học

chemist

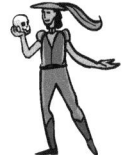

diễn viên

actor

tài xế xe buýt

bus driver

người lái taxi

taxi driver

ngư dân

fisherman

người lau dọn vệ sinh

cleaning lady

thợ lợp mái nhà

roofer

bồi bàn

waiter

thợ săn

hunter

họa sĩ

painter

thợ làm bánh

baker

thợ điện

electrician

thợ xây dựng

builder

kỹ sư

engineer

người hàng thịt

butcher

thợ sửa ống nước

plumber

người đưa thư

postman

người lính
soldier

kiến trúc sư
architect

nhân viên thu ngân
cashier

người bán hoa
florist

thợ cắt tóc
hairdresser

nhân viên soát vé
conductor

thợ cơ khí
mechanic

thuyền trưởng
captain

nha sĩ
dentist

nhà khoa học
scientist

giáo sĩ Do thái
rabbi

lãnh tụ Hồi giáo
imam

nhà sư
monk

mục sư
clergyman

dụng cụ

tools

cây búa
hammer
kìm
pliers
tua vít
screwdriver
cờ lê
spanner
đèn pin
torch

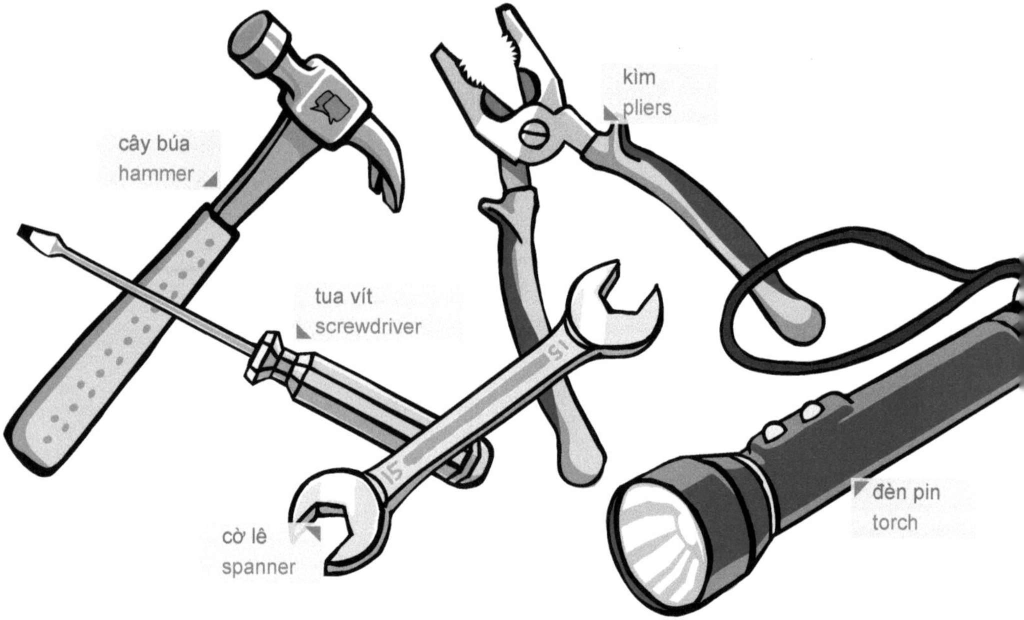

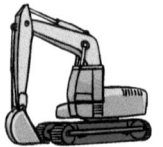

máy xúc đất

digger

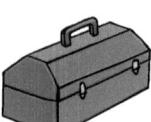

hộp dụng cụ

toolbox

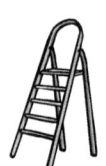

cái thang

ladder

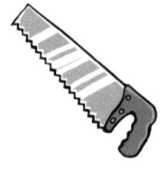

cưa

saw

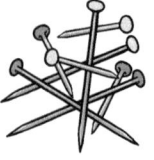

đinh

nails

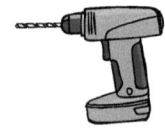

máy khoan

drill

sửa chữa
repair

cái xẻng
shovel

khốn nạn!
Damn!

cái hót rác
dustpan

thùng sơn
paint pot

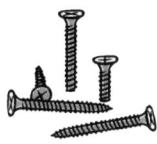

vít
screws

nhạc cụ
musical instruments

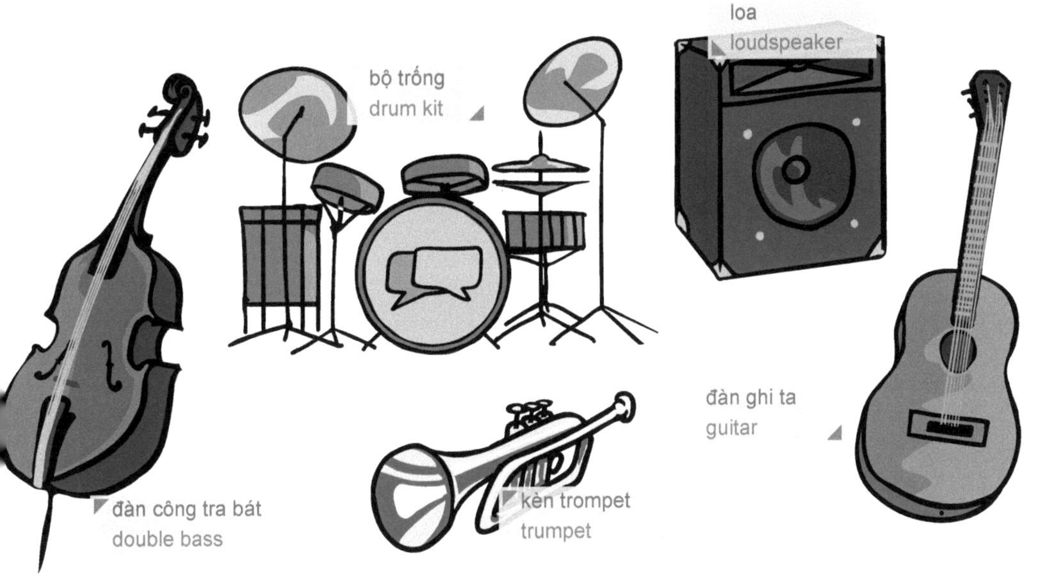

loa
loudspeaker

bộ trống
drum kit

đàn ghi ta
guitar

đàn công tra bát
double bass

kèn trompet
trumpet

đàn piano

piano

đàn vĩ cầm

violin

ghi ta bass

bass

trống định âm

timpani

trống

drums

đàn organ

keyboard

kèn Saxophone

saxophone

sáo

flute

micro

microphone

nhạc cụ - musical instruments

vườn bách thú

zoo

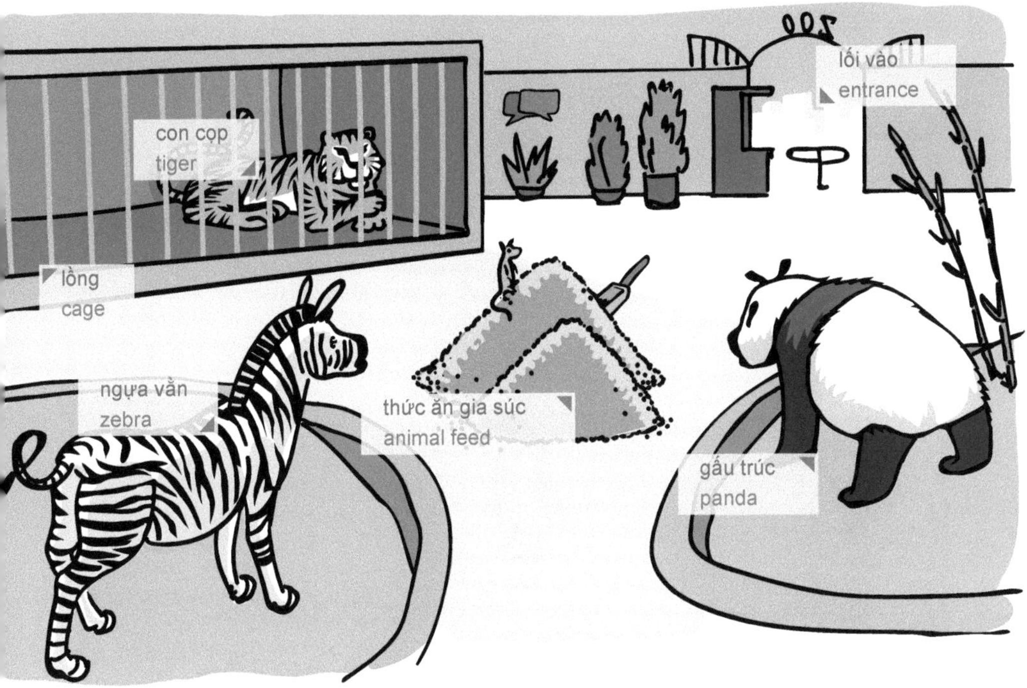

con cọp
tiger
lối vào
entrance
lồng
cage
ngựa vằn
zebra
thức ăn gia súc
animal feed
gấu trúc
panda

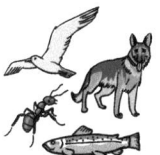

động vật

animals

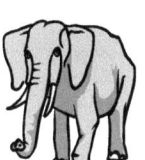

con voi

elephant

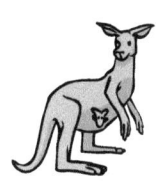

chuột túi

kangaroo

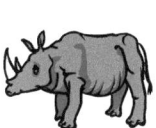

tê giác

rhino

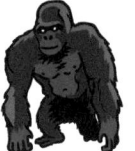

khỉ đột

gorilla

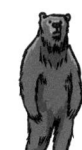

con gấu

bear

lạc đà

camel

đà điểu

ostrich

sư tử

lion

con khỉ

monkey

hồng hạc

flamingo

con vẹt

parrot

gấu bắc cực

polar bear

chim cánh cụt

penguin

cá mập

shark

con công

peacock

con rắn

snake

cá sấu

crocodile

người trông giữ vườn bách
thú

zookeeper

hải cẩu

seal

báo đốm

jaguar

ngựa lùn
pony

con báo
leopard

hà mã
hippo

hươu cao cổ
giraffe

đại bàng
eagle

heo rừng
boar

cá
fish

con rùa
turtle

hải mã
walrus

con cáo
fox

linh dương
gazelle

bóng bầu dục Mỹ
American football

đua xe đạp
cycling

quần vợt
tennis

bóng rổ
basketball

bơi
swimming

khúc côn cầu trên băng
ice hockey

đấm bốc
boxing

bóng đá
football

cầu lông
badminton

điền kinh
athletics

bóng ném
handball

trượt tuyết
skiing

polo
polo

nhảy
jump

ôm
hug

cười
laugh

đi bộ
walk

ca hát
sing

mơ
dream

cầu nguyện
pray

hôn
kiss

viết
write

vẽ
draw

chỉ trỏ
show

đẩy
push

cho
give

lấy đi
take

có
....
have

làm
....
do

thì / là
....
be

đứng
....
stand

chạy
....
run

kéo
....
pull

ném
....
throw

rơi
....
fall

nằm
....
lie

chờ đợi
....
wait

mang vác
....
carry

ngồi
....
sit

mặc quần áo
....
get dressed

ngủ
....
sleep

thức dậy
....
wake up

xem

look at

khóc

cry

vuốt ve

stroke

chải

comb

nói chuyện

talk

hiểu

understand

câu hỏi

ask

nghe

listen

uống

drink

ăn

eat

dọn dẹp

tidy up

yêu

love

nấu nướng

cook

lái xe

drive

bay

fly

đi thuyền buồm
sail

tính toán
calculate

đọc
read

học
learn

làm việc
work

cưới
marry

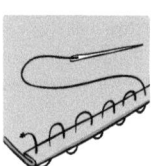

khâu vá
sew

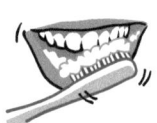

đánh răng
brush teeth

giết
kill

hút thuốc
smoke

gửi đi
send

gia đình
family

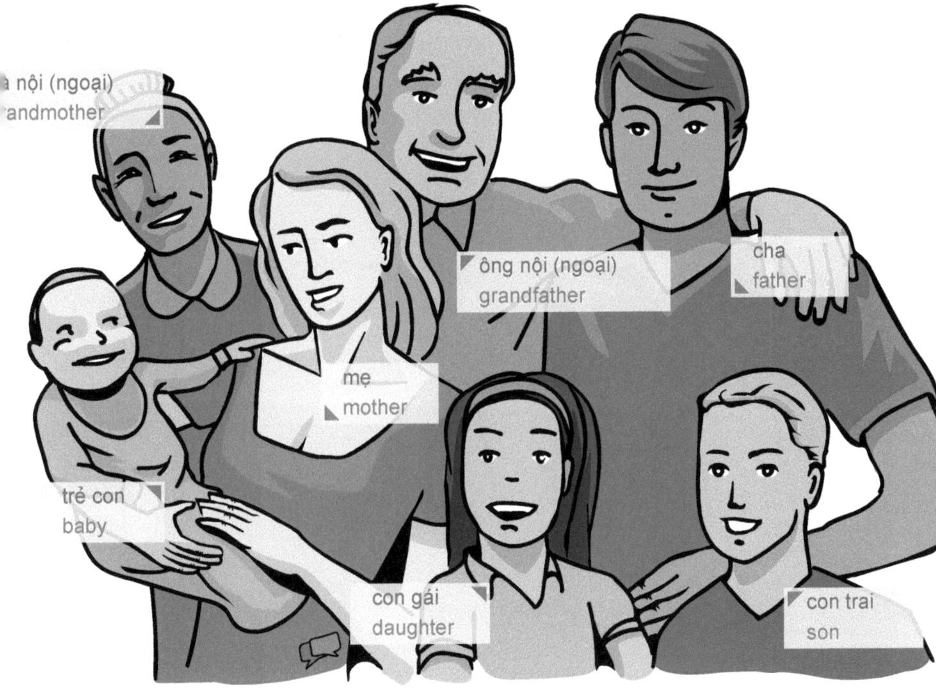

nội (ngoại)
andmother
ông nội (ngoại)
grandfather
cha
father
mẹ
mother
trẻ con
baby
con gái
daughter
con trai
son

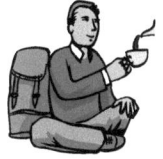

khách

guest

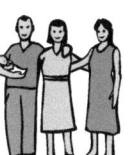

cô (dì)

aunt

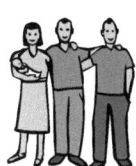

chú, bác (cậu)

uncle

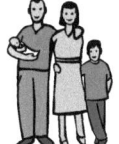

anh (em) trai

brother

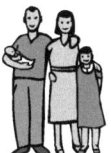

chị (em) gái

sister

cơ thể

body

trán
forehead
mắt
eye
vai
shoulder
ngón tay
finger
mặt
face
cằm
chin
bàn tay
hand
chân
leg
ngực
breast
cánh tay
arm

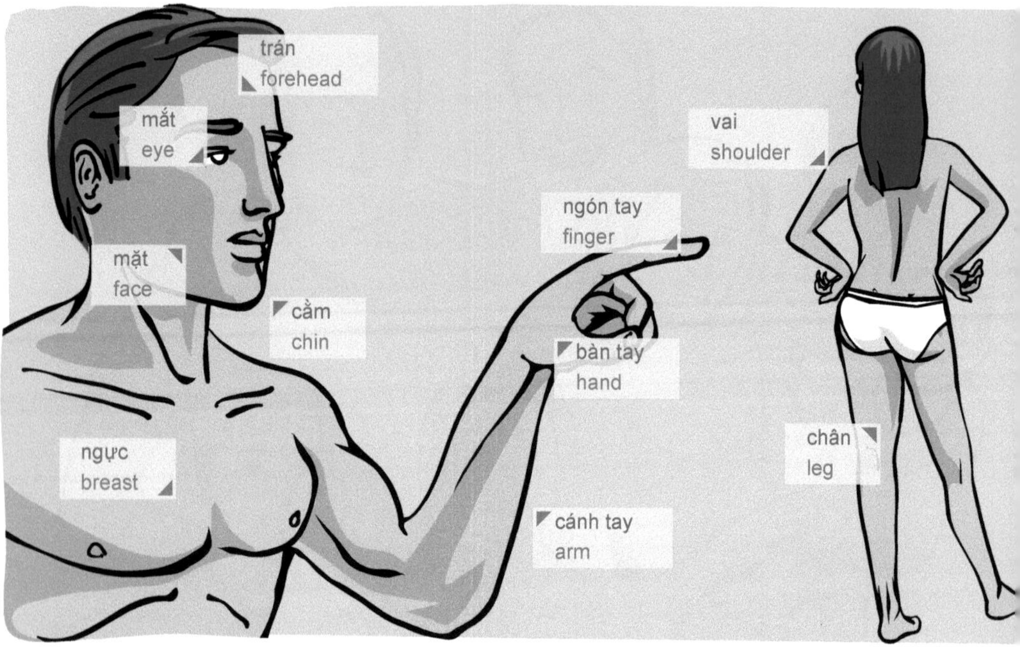

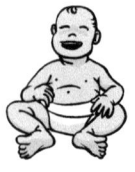

trẻ con

baby

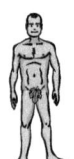

đàn ông

man

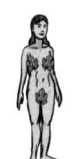

phụ nữ

woman

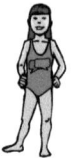

bé gái

girl

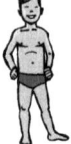

bé trai

boy

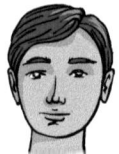

đầu

head

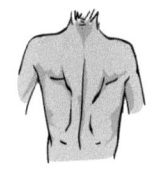

lưng

back

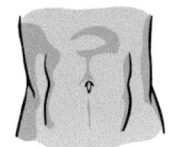

bụng

belly

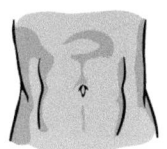

rốn

belly button

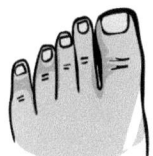

ngón chân

toe

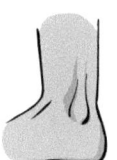

gót chân

heel

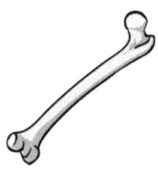

xương

bone

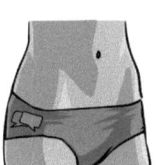

hông

hip

đầu gối

knee

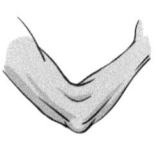

khuỷu tay

elbow

mũi

nose

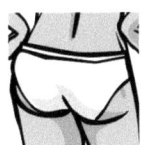

mông

bottom

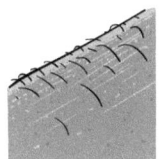

da

skin

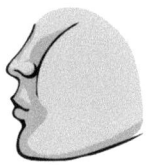

má

cheek

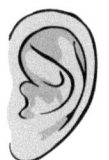

tai

ear

môi

lip

cơ thể - body

miệng

mouth

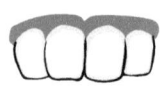

răng

tooth

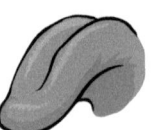

lưỡi

tongue

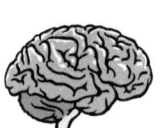

não

brain

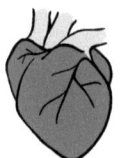

tim

heart

cơ bắp

muscle

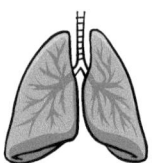

phổi

lung

gan

liver

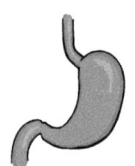

dạ dày

stomach

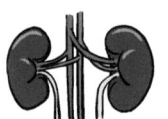

thận

kidneys

giao hợp

sex

bao cao su

condom

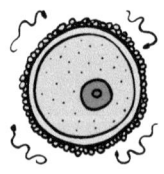

noãn

ovum

tinh dịch

semen

mang thai

pregnancy

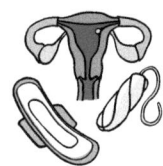

kinh nguyệt

menstruation

âm vật

vagina

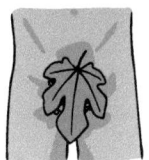

dương vật

penis

lông mày

eyebrow

tóc

hair

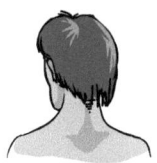

cổ

neck

bệnh viện
hospital

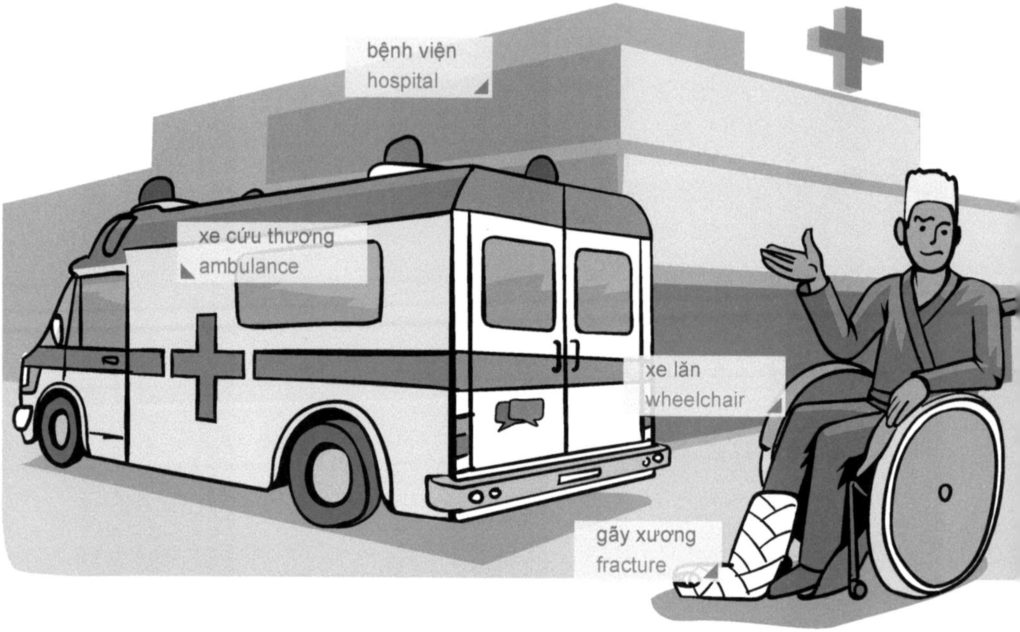

bệnh viện
hospital
xe cứu thương
ambulance
xe lăn
wheelchair
gãy xương
fracture

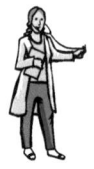

bác sĩ
doctor

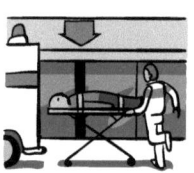

phòng cấp cứu
emergency room

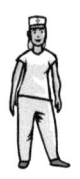

y tá
nurse

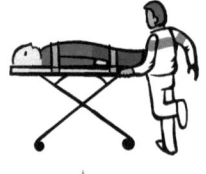

cấp cứu
emergency

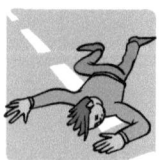

bất tỉnh
unconscious

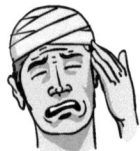

cơn đau
pain

bị thương

injury

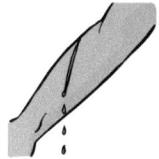

chảy máu

bleeding

nhồi máu cơ tim

heart attack

đột quỵ

stroke

dị ứng

allergy

ho

cough

sốt

fever

cúm

flu

tiêu chảy

diarrhoea

đau đầu

headache

ung thư

cancer

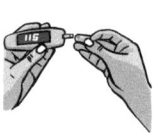

bệnh tiểu đường

diabetes

bác sĩ phẫu thuật

surgeon

dao mổ

scalpel

giải phẫu

operation

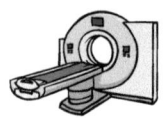

chụp cắt lớp

CT

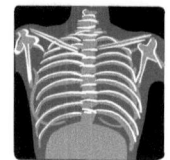

chụp x-quang

x-ray

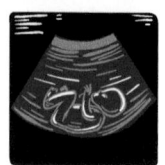

siêu âm

ultrasound

mặt nạ

face mask

bệnh

disease

phòng đợi

waiting room

cái nạng

crutch

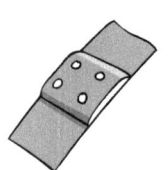

băng dán vết thương

plaster

băng bó

bandage

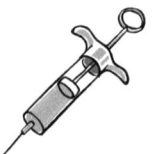

tiêm thuốc

injection

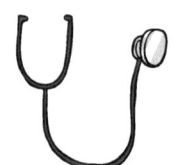

ống nghe khám bệnh

stethoscope

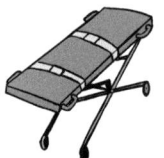

băng ca

stretcher

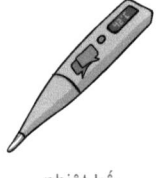

nhiệt kế

clinical thermometer

sinh đẻ

birth

thừa cân

overweight

máy trợ thính

hearing aid

chất khử trùng

disinfectant

nhiễm trùng

infection

vi rút

virus

HIV / AIDS

HIV / AIDS

thuốc

medicine

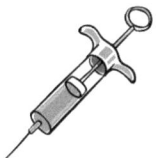

tiêm chủng

vaccination

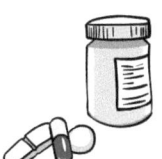

thuốc viên

tablets

viên thuốc

pill

gọi cấp cứu

emergency call

máy đo huyết áp

blood pressure monitor

bệnh / khỏe mạnh

ill / healthy

cứu!

Help!

báo động

alarm

cuộc đột kích

assault

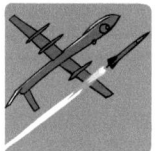

sự tấn công

attack

mối nguy hiểm

danger

lối thoát hiểm

emergency exit

cháy!

Fire!

bình chữa cháy

fire extinguisher

tai nạn

accident

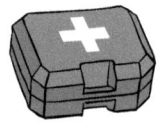

bộ dụng cụ sơ cứu

first-aid kit

SOS

SOS

cảnh sát

police

châu Âu

Europe

Bắc Mỹ

North America

Nam Mỹ

South America

châu Phi

Africa

châu Á

Asia

châu Úc

Australia

Đại Tây Dương

Atlantic

Thái Bình Dương

Pacific

Ấn Độ Dương

Indian Ocean

Nam Cực Dương

Antarctic Ocean

Bắc Băng Dương

Arctic Ocean

bắc cực

North Pole

nam cực

South Pole

nam cực

Antarctica

trái đất

Earth

đất liền

land

biển

sea

đảo

island

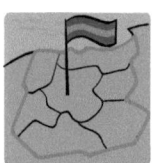

quốc gia

nation

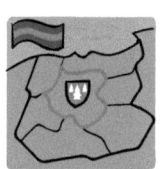

nhà nước

state

mặt đồng hồ

clock face

kim chỉ giờ

hour hand

kim chỉ phút

minute hand

kim chỉ giây

second hand

Bây giờ là mấy giờ?

What time is it?

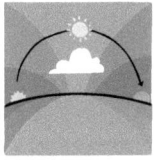

ngày

day

thời gian

time

bây giờ

now

đồng hồ điện tử

digital watch

phút

minute

giờ

hour

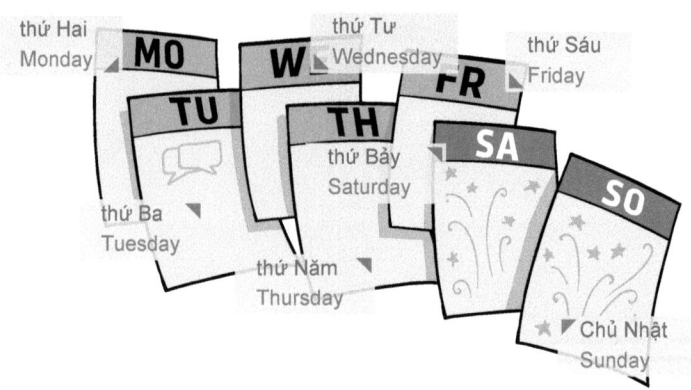

thứ Hai — Monday (MO)
thứ Ba — Tuesday (TU)
thứ Tư — Wednesday (W)
thứ Năm — Thursday (TH)
thứ Sáu — Friday (FR)
thứ Bảy — Saturday (SA)
Chủ Nhật — Sunday (SO)

hôm qua

yesterday

hôm nay

today

ngày mai

tomorrow

buổi sáng

morning

buổi trưa

noon

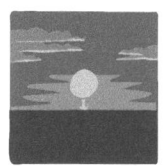

buổi tối

evening

MO	TU	WE	TH	FR	SA	SU
1	2	3	4	5	6	7
8	9	10	11	12	13	14
15	16	17	18	19	20	21
22	23	24	25	26	27	28
29	30	31	1	2	3	4

ngày làm việc

business days

MO	TU	WE	TH	FR	SA	SU
1	2	3	4	5	6	7
8	9	10	11	12	13	14
15	16	17	18	19	20	21
22	23	24	25	26	27	28
29	30	31	1	2	3	4

cuối tuần

weekend

mưa
rain

cầu vồng
rainbow

gió
wind

tuyết
snow

mùa xuân
spring

mùa thu
autumn

mùa hè
summer

mùa đông
winter

4.APRIL	11°	☀
5.APRIL	4°	☁
6.APRIL	13°	☂
7.APRIL	8°	☀
8.APRIL	10°	☀

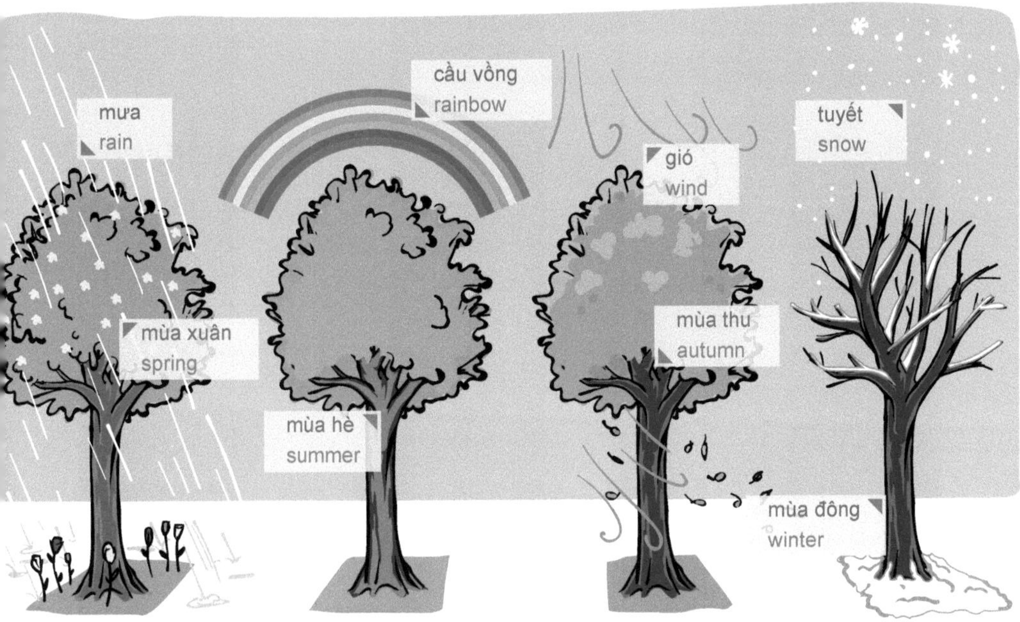

dự báo thời tiết

weather forecast

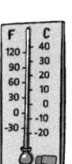

nhiệt kế

thermometer

ánh nắng

sunshine

mây

cloud

sương mù

fog

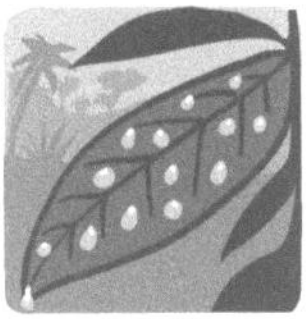

độ ẩm không khí

humidity

tia chớp

lightning

sấm sét

thunder

cơn bão

storm

mưa đá

hail

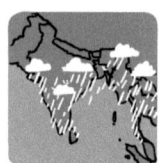

gió mùa

monsoon

lũ lụt

flood

nước đá

ice

tháng Một

January

tháng Hai

February

tháng Ba

March

tháng Tư

April

tháng Năm

May

tháng Sáu

June

tháng Bảy

July

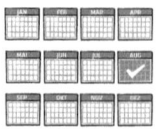

tháng Tám

August

năm - year

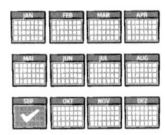

tháng Chín
....
September

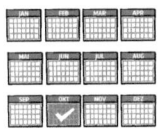

tháng Mười
....
October

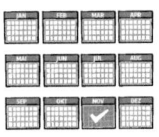

tháng Mười Một
....
November

tháng Mười Hai
....
December

hình dạng
shapes

hình tròn
....
circle

hình vuông
....
square

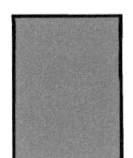

hình chữ nhật
....
rectangle

hình tam giác
....
triangle

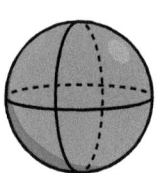

hình cầu
....
sphere

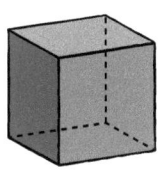

khối vuông
....
cube

màu trắng
white

màu vàng
yellow

màu cam
orange

màu hồng
pink

màu đỏ
red

màu tím
purple

màu xanh dương
blue

màu xanh lá cây
green

màu nâu
brown

màu xám
grey

màu đen
black

nhiều / ít

a lot / a little

tức tối / điềm tĩnh

angry / calm

xinh đẹp / xấu xí

beautiful / ugly

bắt đầu / kết thúc

beginning / end

to / nhỏ

big / small

sáng / tối

bright / dark

anh (em) trai / chị (em) gái

brother / sister

sạch / bẩn

clean / dirty

đủ / thiếu

complete / incomplete

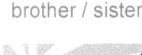

ngày / đêm

day / night

chết / sống

dead / alive

rộng / chật hẹp

wide / narrow

ăn được / không ăn được
edible / inedible

ác / tử tế
evil / kind

hào hứng / chán nản
excited / bored

béo / gầy
fat / thin

đầu tiên / cuối cùng
first / last

bạn / thù
friend / enemy

đầy / rỗng
full / empty

cứng / mềm
hard / soft

nặng / nhẹ
heavy / light

đói / khát
hunger / thirst

bệnh / khỏe mạnh
ill / healthy

bất hợp pháp / hợp pháp
illegal / legal

thông minh / ngu
intelligent / stupid

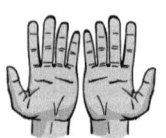

trái / phải
left / right

gần / xa
near / far

mới / cũ

new / used

không có gì cả / có cái gì đó

nothing / something

già / trẻ

old / young

bật / tắc

on / off

mở / đóng

open / closed

im lặng / ồn ào

quiet / loud

giàu / nghèo

rich / poor

đúng / sai

right / wrong

sần sùi / mịn màng

rough / smooth

buồn / vui

sad / happy

ngắn / dài

short / long

chậm / nhanh

slow / fast

ẩm ướt / khô ráo

wet / dry

ấm áp / mát mẻ

warm / cool

chiến tranh / hòa bình

war / peace

đối lập - opposites

0	**1**	**2**
số không	một	hai
zero	one	two
3	**4**	**5**
ba	bốn	năm
three	four	five
6	**7**	**8**
sáu	bảy	tám
six	seven	eight
9	**10**	**11**
chín	mười	mười một
nine	ten	eleven

12

mười hai
twelve

13

mười ba
thirteen

14

mười bốn
fourteen

15

mười lăm
fifteen

16

mười sáu
sixteen

17

mười bảy
seventeen

18

mười tám
eighteen

19

mười chín
nineteen

20

hai mươi
twenty

100

một trăm
hundred

1.000

một ngàn
thousand

1.000.000

một triệu
million

tiếng Anh

English

tiếng Anh Mỹ

American English

tiếng Quan Thoại

Chinese Mandarin

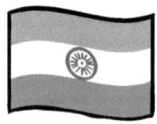

tiếng Hin-di

Hindi

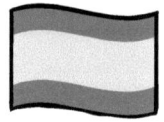

tiếng Tây Ban Nha

Spanish

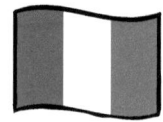

tiếng Pháp

French

tiếng Ả-rập

Arabic

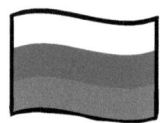

tiếng Nga

Russian

tiếng Bồ Đào Nha

Portuguese

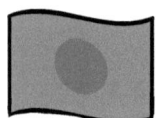

tiếng Bengal

Bengali

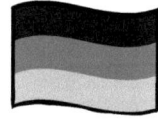

tiếng Đức

German

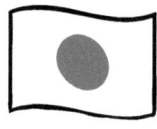

tiếng Nhật

Japanese

tôi
I

bạn
you

anh ta / cô ta / nó
he / she / it

chúng tôi
we

các bạn
you

họ
they

ai?
who?

cái gì?
what?

như thế nào?
how?

ở đâu?
where?

lúc nào?
when?

tên
name

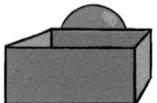

phía sau

behind

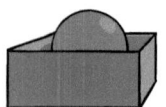

ở trong

in

phía trước

in front of

phía trên

over

ở trên

on

ở dưới

under

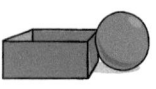

bên cạnh

beside

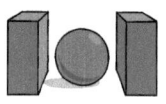

ở giữa

between

chỗ

place